இறகைப்போல்

ஒரு

நேசம்

வான்மகள்

இறகைப்போல் ஒரு நேசம் |

கவிதை தொகுப்பு |

ஆசிரியர்: வான்மகள் (முகிலா) |

தொடர்புக்கு: s.mukilasivasakthi@gmail.com/@kanthara_kavi

முதல் பதிப்பு 2024 |

நோஷன் பிரஸ் பதிப்பு,

#7, செஞ்சிலுவை சாலை,

எழும்பூர், சென்னை-600008

மின்னஞ்சல் முகவரி :publish@notionpress.com

அட்டை படட வடிவமைப்பு: சே ராஜேஷ்

Iragaippol Oru Nesam |

Poetry |

Author: Vaanmagal (Mukila) |

Contact: s.mukilasivasakthi@gmail.com / @kanthara_kavi

First Edition: July 2023 |

Pages 116 Price: 199 |

ISBN: 979-88-96106-48-7

Notion Press Publish

7, Red Cross Rd, Egmore, Chennai, Tamil Nadu-600008

Email ID: publish@notionpress.com

Cover design by: Che Rajesh

சமர்ப்பணம்...

பூமிதாய்க்கும் வானுக்கும்...

<u>**வாழ்த்துரை**</u>

பிரமிள் என்ற பெயரோடு முதல் கவிதை தொடங்கியதால் ஒருபடி அதிகமாக இறகைப்போல் ஒரு நேசம் மனதிற்கு நெருக்கமாகிவிட்டது. தினம் நாம் கடக்கும் வாழ்க்கையை நுணுக்கங்களாக அணுகி கவிதைகளாக எழுதியிருக்கிறார் வான்மகள்.

ஒரு பெண்ணின் பார்வையில் இவை வரையப்பட்டு இருப்பதால் அவ்வளவு ஆசுவாசமாக இருக்கிறது. எல்லாக் கவிதைகளும் இயல்பாக மனதில் பதிந்து விடுகின்றன. எளிமை வடிவமாகவும், ஆழ்ந்த கருத்துகளை பொதிந்தும் அவை இருப்பதால் வாசிப்பதற்கு கற்கண்டாக இனிக்கிறது. வான்மகளின் கவிதை ஒன்று, *'ஒரு சிறு மழைத்துறலால் நின்றிருந்த மக்கள் எல்லோரும் ஒரு நிழற்குடையின் கீழ் ஒதுங்கினர்'* என்ற உட்கருத்தோடு எழுதப்பட்டு இருக்கும். பல்வேறு கருத்துகளை கொண்டிருந்தாலும் மக்கள் அனைவரையும் ஒரு குடையின் கீழ் வரவைத்த மழைத்துறலின் வீரியம் அப்படி. இறகைப்போல் ஒரு நேசம் வாசிப்பவர்களுக்கும் அந்த வீரியம் கடத்தப்படும். *'உனக்காக நீ என்பதே ஒரு ஆறுதல்'* - வான்மகள் ஆகச்சிறந்த எழுத்தாளர்களில் வருங்காலத்தில் நிச்சயமாக வான்மகளின் பெயரும் இடம்பெறும். அகம்நிறைந்த வாழ்த்துகளும், அன்புகளும்!

- ரேவந்தி ஆழிசை

என்னுரை

உதிர்ந்த இறகொன்று ஒருபோதும் அதன் இலக்கை தீர்மானிப்பதில்லை அதன் பயணமும் ஒரு இலக்கை நோக்கி அமைவதில்லை சூழலின் ஒத்திசைவு அதனை ஓர் இடத்தில் கரைசேர்க்கும். அதுபோலவே ஆரம்பகாலகட்டத்தில் எழுத்தின் மீதோ எழுதுவதின் மீதோ பெரிதாய் நாட்டம் இல்லாதவளாய் சுற்றித் திரிந்தவளை எப்படியோ ஆட்கொண்டுவிட்டது எழுத்துக்கள். எழுத்துலகின் கரம் பற்றி பயணத்தை தொடர்ந்தவளுக்கு கவிதை கைகொடுத்தது.

சூழல் மனிதனை எப்படி வேண்டுமானாலும் மாற்றலாம். என்னையும் எனது சூழல்தான் எழுத வைத்தது. காலம் எனக்கு சாதகமாக சில காய்களை நகர்த்தியதால்தான் என்னால் எழுத முடிந்தது. இல்லையென்றால் இந்நேரம் எங்கு? என்ன செய்துகொண்டிருப்பேன்? என்று என்னால் கற்பனை கூட செய்து பார்க்க முடியவில்லை.

சின்னஞ்சிறிய உலகில் எனக்காக நான் தேடிக்கண்டடைந்த விடுதலை தான் எனது எழுத்துக்கள். நான் அப்படித்தான் நினைக்கிறேன். மனிதர்களிடம் கிடைக்கும் ஆறுதலைவிட எழுதிய பின் கிடைக்கும் நிம்மதிக்கு அந்த எல்லையயற்ற விரிவானின் சாயல் என்றே சொல்லுவேன்.

நிறைய வேளைகளில் எனக்கு எழுத்துக்களிடமிருந்து பெரும் ஆறுதல் கிடைத்திருக்கிறது. பகிர முடியாத உள்ளுணர்வுகளுக்கெல்லாம் பந்தம் எழுத்துக்கள் என்றே நம்புகிறேன். வெளியுலக தொடர்புகளை துண்டித்த கணங்களில் எனக்குள் எழுந்த சிறு உந்துதல் தான் கவிதை உலகில் கால் பதிக்க காரணமாயிற்று.

கட்டுக்கடங்காத காட்டாற்று வெள்ளத்தை முட்டுக்கொடுத்து நிறுத்துவதென நினைப்பது எவ்வளவு அபத்தம். அதே போலத்தான் மனதில் பெருக்கெடுத்து நில்லாமல் ஓடிக்கொண்டிருக்கும் உணர்வலைகளை சட்டென்று தடுத்து நிறுத்துவதென்பதும். நிறுத்த இயலவில்லை எனும் பட்சத்தில் மடைமாற்றமாவது செய்யலாம் அல்லவா அதன் பிரதிபலிப்பு தான் எழுதுவதும்.

மனித வாழ்வின் இன்பம், துன்பம், விருப்பு, வெறுப்பு மனதில் எழும் காதல், கண்ணீர், பிரிவு, துயர், அன்பு, வேதனை, நினைவுத்தவிப்பு, துக்கம், கொண்டாட்டம் என எல்லாவற்றையும் பகிர்ந்துகொள்ள மனிதர்கள் இருந்தாலும், இவை அனைத்தையும் கவிதையென்ற பெயரில் எழுதுவதின் மூலம் கிடைக்கும் திருப்தியின் சுவையை ருசித்தவர்களால் தொடர்ந்து எழுதிக்கொண்டே இருப்பதைத் தவிர வேறு என்ன செய்ய முடியும்? அடைக்கலம் வேண்டி எழுத்துக்களிடம் தஞ்சம் புகுந்தவர்களை எழுத்துக்கள் கை விரித்து அணைத்துக்கொண்டேதான் இருக்கும். அதன் இதத்தையும், பாதுகாப்பையும் உணர்ந்தவர்களால் மீண்டும் மீண்டும் அதனையே நாடத்தோன்றும்.

'இறகைப்போல் ஒரு நேசம்' என்ற தலைப்பின் கீழ் எனது கவிதைகளை தொகுத்துள்ளேன். எனது முதல் கவிதை தொகுப்பு இதுவே. நீண்ட நாட்களாகவே கவிதை தொகுப்பு புத்தகம் ஒன்று வெளியிட வேண்டும் என்ற எண்ணம் மனதில் ரீங்காரமிட்டுக்கொண்டே இருந்தது. நினைத்தது எப்படியோ நீண்ட பயணத்தின் பின் ஒரு வழியாக நிறைவடைந்துவிட்டது என்பதை மிகவும் மகிழ்ச்சியுடனும் மன திருப்தியுடனும் உங்களிடம் பகிர்வதில் பேரானந்தம் அடைகிறேன்.

 வான்மகள்

'இறகைப்போல் ஒரு நேசம்' என்ற தலைப்பை நான் தேர்ந்தெடுக்க மூன்று காரணம் இருக்கிறது.

ஒன்று மனித வெளியில் நேசத்திற்கான வரைமுறையை தகர்த்தெறிவதற்காகவும்

இரண்டாவது தன் போக்கில் சுதந்திரமாய் பறந்து திரிய பறவைக்கு அளிக்கப்பட்டிருக்கும் இறக்கையைப்போல் நேசம் இருந்தால் மனித வெளியில் துன்பமே தலைதூக்காது என்பதும்.

மூன்றாவது பறவையும் பறவையின் இறகும் என்றால் எனக்கு அலாதி பிரியம் அதற்காகத்தான் இப்பெயரை புத்தகத்திற்குத் தலைப்பாக தேர்ந்தெடுத்தேன்.

மாபெரும் கவிதை உலகில் எனது சிறு படைப்பும், கவிதை எழுதுவதற்கான சிறு முயற்சியும் அங்கீகரிக்கப்பட்டதை நினைத்து பெரும் மகிழ்ச்சி அடைகிறேன். என்னால் இயன்ற அளவு 'இறகைப்போல் ஒரு நேசம்' என்ற தலைப்பின் கீழ் கவிதைகள் வழங்கியிருக்கிறேன்.

மிகுந்த ஆவலுடன் எனதிந்த படைப்பை வெளியிடுகிறேன். இது வாசகர்களான உங்களுக்கும் பிடிக்கும் என்று நம்புகிறேன். இந்த படைப்பினை வெளியிட தூண்டிய எனது நண்பர்களுக்கு நான் கடமைப்பட்டுள்ளேன். இதனை வெளியிட்ட நோஷன் பதிப்பகத்திற்கு நன்றி. மேலும் இந்த பயணத்தில் எனக்காக வழிகாட்டிய, உதவிய அனைத்து அன்பர்களுக்கும் நன்றியைத் தெரிவித்துக்கொள்கிறேன்.

-வான்மகள்

பிரமிளின் ஒற்றை இறகு
எனக்கு எப்போதும்
ஒன்றை மட்டும் கற்பித்துச் செல்ல
தவறுவதில்லை!
பறக்க முயலும் மனிதனுக்கெல்லாம்
கரங்களே சிறகுகள் என்றும்
கவிதையே விடுதலையென்றும்.

♡ ▪ ♡ ▪ ♡

எங்கோவோர் மூலையில்
யாரோ ஒருவரின் ஏகாந்தத்திற்கு
எப்போதும் பேராறுதலாய் இருக்கும்
அந்த குட்டி நட்சத்திரங்களும்,
ஒற்றை நிலவொளியும் தான்
காலக்கெடு இல்லாத கலைஞர்கள்.

♡ . ♡ . ♡

எல்லையற்ற விரிவானையொத்த
பேரன்பினை பலப்படுத்த தேவையெல்லாம்
ஒன்றே ஒன்று தான்
தன் போக்கில் சுதந்திரமாய்
பறந்து திரிய
பறவையின் இறக்கையைப் போல்
ஒரு நேசம்.

♡ ∙ ♡ ∙ ♡

நம் பெரும் கண்களுக்கு
புலப்படாத வரை
இவ்விரல்களால் தீண்டல்
உணரப்படாத வரை
அடியாழ மையத்திலிருந்து
அன்பு வழங்கப்படாதவரை
மீப்பெரும் உணர்ச்சிகள்
கையாளப்படாதவரை
எங்கோ ஓர் மூலையில்
இன்னும் நடந்தேறிக்கொண்டிருக்கும்
குரூரங்களின் கதறல்கள்
நம் செவிகளை துளைக்கப்போவதுமில்லை
இரக்கத்திற்காக நம் சிறகுகளும்
அணைக்க விரியப்போவதுமில்லை!

♡ ∙ ♡ ∙ ♡

எவ்வளவு பெரிய வானமென்றோ
எத்தனை தொலைவென்றோ
எவ்வளவு உயரமென்றோ
வியக்கத்தெரியாத பறவைக்கு
நிகழ்கால கணங்களை மட்டுமே
சிறகசைத்து கடக்கத்
தெரிந்திருக்கிறது என்பது
எவ்வளவு பெரிய வரம்!

♡ ▪ ♡ ▪ ♡

கவனக்குறைவால்
கால் இடறி
கட்டையில் இடித்துக்கொள்ள
விரைந்தெழுந்த 'சுரீரென்ற வலி'
கண் என்ன புடனியிலா இருக்கு?
என்ற அன்னையின் அதட்டலில்
சற்றே திசை திருப்பப்பட்டிருந்தது.
♡ ▪ ♡ ▪ ♡

யாரோ ஒருவரை
மகிழ்வித்துக்கொண்டு
யாரோ ஒருவருக்காய்
அழுது புலம்பிக்கொண்டு
யாரோ ஒருவரின்
விருப்பையும் வெறுப்பையும்
சுமந்து கொண்டு
யாரோ ஒருவரின்
அன்பிற்காக ஏங்கி கொண்டு
யாரோ ஒருவரின் கண்ணீருக்கும்
சிரிப்பிற்கும் காரணமாகிக்கொண்டு
யாரோ ஒருவரை
புகழ்ந்து கொண்டு
யாரோ ஒருவரைப் பற்றி
படித்துக்கொண்டு
யாரோ ஒருவருக்காய் என
நம்மை நாமே மாற்றிக் கொண்டு
யாரோவாகத்தான் வாழ்கிறோம்.

♡ ▪ ♡ ▪ ♡

தேய்ந்தழிந்தது போதுமென்று
தேற்றிக்கொள்ள
பழகிக்கொண்டேன்
தீதும் நன்றும் தான்
பிறர்தர வாராவாகிற்றே.
♡ ▪ ♡ ▪ ♡

இப்படித்தான் கனக்கக்கூடும்
என அறிந்திருந்தும்
அதை தூக்கி சுமப்பதில்தான்
எத்தனை கர்வம்!

இப்படித்தான் உதிரக்கூடும்
என தெரிந்திருந்தும் அதனை
ஓடிச்சென்று எட்டிப்பிடிப்பதில் தான்
எத்தனை இன்பம்!

இப்படித்தான் முறியக்கூடும்
என முன்கூட்டியே அறிந்த பின்னும்
உறவாடுவதில் தான்
எத்தனை பேரின்பம்!

இப்படித்தான் வலிதரக்கூடும்
என கண்கூடாக பார்த்த பின்னும்
இணைவதில் தான்
எத்தனை போதை!

இப்படியாகத்தான் உடைந்துபோகக்கூடும்
என தெரிந்த பின்னும்
ஏந்திக்கொள்வதில் தான்
எத்தனை சுகம்!

எப்படியும் இதன் முடிவு தோல்வியில் தான்
என கணித்தபிறகும்
அதனை தொடர்வதில் தான்
எத்தனை ஆர்வம்!

முடிவறிந்த பின்னும் தொடரும்
பயணங்களில் மட்டும் ஏன் இத்தனை
சலிப்புகள்? சங்கடங்கள்?

மரணமென்ற முடிவுக்குள் உழலும்
மானிட வாழ்வை
வாழ்ந்தாகவேண்டுமென்ற
கட்டாயத்தைப்போலத்தான்
கசப்பான துன்பங்களையும்
கடந்தாகவேண்டும் என்ற கட்டாயமும்..

 வான்மகள்

காயமோ, வேதனையோ
மரணமோ, வாழ்வோ

கட்டாயமாக்கப்பட்டபின் முணுமுணுப்பதால்
பயனில்லை எனும் பட்சத்தில்
முன்னறிந்த மனத்தினையாவது
திடப்படுத்தலாமே!
♡ ▪ ♡ ▪ ♡

பெரிதாக
என்ன ஆசை இருந்துவிடப்போகிறது
ஆற்றுப்படுத்த முடியாத
மனதிற்கு
ஆறுதலாக அன்பும்,
தேற்றுவதற்கென எளிய
ஆசுவாசமான வார்த்தைகளைத் தவிர.
♡ ▪ ♡ ▪ ♡

இப்பேரன்பு
எவ்வளவு விசாலமானதென்றால்
அதற்கு அப்படியே அந்த
வானத்தின் சாயல்
இவ்வன்பு எவ்வளவு
கருணைமிக்கது என்றால்
அதற்கு அப்படியே
அந்த மேகத்தின் சாயல்
எப்படியென்றால்
ஒளிரும், இருளும், நிறம் மாறும்
சில சமயம் வானவில்லாய் மாறி
வண்ணம் காட்டும்.

♡ ▪ ♡ ▪ ♡

கடினப்பட்டுக்கொள்ளும்
அளவிற்கு
அப்படி என்ன நடந்துவிட்டது?
என்றாவது ஒரு நாள் பொழியும்
மழையைக் கொண்டாடுவதும்,
ஓயாது பெய்து பெருகும் போது
சலித்துக் கொள்வதைப் போலத்தான்
இங்கு எல்லாமுமே.
♡ ▪ ♡ ▪ ♡

ரசம் தோய்ந்த பாதரசக்கண்ணாடி,
பழுதடைந்து நகராமல் நிற்கும்
கைக்கடிகாரம்,
எழுது முனை வளைந்த பேனா,
பல் உடைந்த சீப்பு,
முனை மடங்கி, அட்டை சிதைந்து
கரையான் அரித்த புத்தகங்கள்,
நைந்து போன கிழிசல் துணி,
நெளிந்த வளையல்கள்,
பிடி அருந்த செருப்பு,
துருப்பிடித்த ஆணி,
தூசுபடிந்த வானொலி,
ஒட்டுப்போட்ட பொம்மைகள்,
கண்ணாடி போன புகைப்படச் சட்டகம்,
அடுப்புக்கரிப் படிந்த பாத்திரங்கள்,
தூரிகைபோன பல் துலக்கி,
தீர்ந்து போன முகப்பூச்சுப் பெட்டிகள்,
கொக்கிகள் போன ஆபரணங்கள்,
உதிர்ந்த மயிலிறகு என
விட்டுச்செல்ல மனமில்லாமல்
வீட்டின் மூலையில் ஆங்காங்கே
முடங்கிக் கிடக்கும் இவற்றிற்கெல்லாம்
பெயரிடப்படாத ஏதோ ஒரு
நேசத்தின் சாயல்!

♡ ▪ ♡ ▪ ♡

எப்போது பார்த்தாலும்
ஏதோவொன்றை எதிர்பார்த்து
எதிர்பார்த்துதானே ஏமாற்றத்தில்
விரக்தி காண்கிறாய்?
ஒன்று சொல்கிறேன் கேள் மனமே
நீ வேண்டியவை அனைத்தையும்
அபகரித்துக்கொள்வதாய்
நினைக்கும் இதே கோள வெளியின்
ஏதோவொரு புள்ளியில் தான்
உனக்கான அதே அற்பதங்களும்
ஒளிந்துள்ளது.
உனக்காக நீ என்பதே ஒரு ஆறுதல்
அதைவிட
இன்னும் ஒரு நாள் உனக்கு
உயிருடன் நீட்டப்பட்டுள்ளது
என்பது பேராறுதல்.

♡ ▪ ♡ ▪ ♡

படித்துப் படித்துப் பெற்ற
அனுபவமெல்லாம்
வெற்றுக் காகிதத்தில்
மதிப்பெண்களாய்...
படிக்காமல் பெற்ற
வாழ்க்கைப் பாடமோ
வெடுக்கென்று பாதியில் பிடுங்கப்பட்ட
நிரப்பா தேர்வுத்தாளாய்.

♡ ▪ ♡ ▪ ♡

இலையெனும் ஆடையிழந்து
அம்மணமாய் நிற்கும்
அந்த மரம்தான்
அப்பறவைகளின் கூடு
நிழல்கள் இறந்துவிட்ட
செய்தி அறிந்தும் அவைகளிடம்
துளி வருத்தமும் தென்படவில்லை
மாறாக,
இரவு வருவதற்கு ஒன்றும்
நீண்ட பொழுதில்லை
என்ற நம்பிக்கை மட்டும் குறையவில்லை.
♡ ▪ ♡ ▪ ♡

ஆழியில் தேங்கிப்போன
மீன்களின் கதைகள்
தொட்டியில் தவறி விழுந்த மீன்களால்
புரிந்துகொள்ள முடிவதில்லை
கானகத்தில் முளைத்தெழுந்த
விதைகளின் அனுபவங்கள்
தொட்டிச்செடிகளுக்கு விளங்குவதில்லை
அடர் வனாந்திர பறவைகளின்
சுதந்திரத்தைப் பற்றி
கூண்டுப் பறவைகளால்
அறிந்துகொள்ள இயலவில்லை
எது எப்படியோ
எல்லா விதமான அனுபவங்களையும்,
கதைகளையும் கேட்டறிந்து கொள்ளலாமே தவிர
அவைகளாகவே வாழ்ந்தாக வேண்டும்
என்கிற கட்டாயம் இல்லை.

♡ ▪ ♡ ▪ ♡

முன்னறிவிப்பு ஏதுமின்றி
திடுதிப்பென்று
விடுதலை செய்யப்பட்ட
தூக்கு தண்டனை கைதியின்
அன்றைய தினத்தின்
மிச்ச மீத மகிழ்ச்சியாக
ஒரு நாள் வாழ்ந்திட ஆசை.
♡ ▪ ♡ ▪ ♡

தேடிக்கொண்டிருக்கிறேன்
பளீரென்ற வெளிச்சத்தில்
அகப்படா நிழலை
பறவையே இல்லாத வானை
சிறகேயில்லாத வண்ணத்துப்பூச்சியை
சிறைபடுத்தமுடியா கூண்டை
எழுத்தில்லா புத்தகத்தை
எழுத முடியாத எழுத்தை
இவை அனைத்திற்கும் உங்கள் பதில்
இல்லை என்றிருப்பின்
அவ்வாறே என் இருத்தலும்.

♡ ▪ ♡ ▪ ♡

காலக்கெடு முடிந்துவிட்டதென்று
காலத்தினால் கைவிடப்பட்ட
மனிதர்களை கைகொடுத்து
காப்பாற்றிக்கொண்டே தான்
இருக்கிறது..
ஒரு குவளை குளம்பி,
காகிதம் தாங்கிய புத்தகம்,
இசையென்னும் இனிய கீதம்,
சிறு நடைபயணம்,
உதிர்ந்து சிரிக்கும் ஒற்றைப்பூ,
அகண்டு திரண்ட ஆகாயம்,
ஆழம் தெரியா ஆழி,
ஒளி நிறைந்த விண்மீன், நிலா!
♡ ∎ ♡ ∎ ♡

*ச*பிக்கப்பட்ட விதியை முடித்துக்கொள்ள
என்னிடம் வழி கேட்கிறாய்
நான் என்ன சொல்லுவேன்?
இப்பிரபஞ்சம்
கடற்கரை
காற்றுவெளி
மலைமுகடு
அந்தரத்து நிலா
பளிச்சென்ற விண்மீன்
பகலவன்
வானம்
புத்தகம்
பறவை
இசை
இதற்கு மேலுமா நீ இறக்க விரும்புகிறாய்?
♡ • ♡ • ♡

வேண்டுவதெல்லாம்
இறகைப்போன்றொரு மனம்
மிக எளிதில் வீழும்
சருகைப்போன்றொரு ஞாபக ஏடு,
விழி மூடியதும் ஓர் ஆழ் நித்திரை...
விருவிருப்பாய் நாட்களைக் கடத்திச்செல்ல
வேகமாய் நகரும் காலம்!
வேண்டும் நேரமெல்லாம்
முகம் புதைத்தழ ஒரு மடி.
காணும் நேரமெல்லாம்
மெல்ல புன்னகைக்க ஒரு அந்நிய முகம்,
இருக்கும் கதைகளையெல்லாம் ஒப்பிக்க
யாரோ ஒரு வழிப்போக்கன்!
விட்டுச்சென்றதும் நினைத்தழ சில மனிதர்கள்...
விரும்பும்போதெல்லாம் உடன் நடக்க ஒரு
நேசன்!
தேவைப்படும் வேளையெல்லாம்
தேற்ற ஒரு கரம்,
அழும்போது ஆறுதல்
சொல்லவொரு தோழமை...

துவளும் போது தூக்கி நிறுத்த சில புத்தகங்கள்,
அழுத்த நேரமெல்லாம் கேட்க
விருப்பப்பாடல்கள்...
கற்பனையில் நினைக்க
பனிக்கட்டியாய் சில நினைவுகள்..
வாசல் திறந்தவுடன் வாலாட்ட ஒரு நாய் குட்டி.
கொள்ளை வனப்புடன் காட்சிக்கு
பெருத்த வானத்தைக் காட்ட சிறு சாளரம்!
உறவாட ஏதுவாய் புரிதலுள்ள
சில உறவுகள் போதும்...
ஆம்!
நான் கொஞ்சம் பேராசைக்காரி!

♡ ▪ ♡ ▪ ♡

இந்த வெறுமையெனும்
வெற்றிடத்தை நிரப்ப
என்னதான் செய்வது?
முடிந்த அளவு புத்தகங்களை சேகரி
நேரம் கிடைக்கும்போதெல்லாம்
அறையெங்கும் அவற்றை
அலங்கரித்து அழகு பார்
போதுமென தோன்றுமளவு வாசித்து தீர்
சொல்ல விரும்பும் கதைகளையெல்லாம்
ஒலிப்பதிவு செய்து கேட்டு மகிழ்
மனதிலிருந்து எழும் உணர்வுகள்,
பேசத்துடிக்கும் வார்த்தைகளை எல்லாம்
காகிதத்திற்கு இரையாக்கு
அதற்கும் மேல் ஒரு படியாக
காதுகளுக்குள் ராஜ கீதம் ஒலிக்க விடு
இவையெல்லாம் அறிவுரை அல்ல
ஆத்மார்த்தமாய் உணர்ந்தது.

♡ • ♡ • ♡

வான்மகள்

நிகழ்காலத்தில் மட்டுமே
படபடக்கும் பறவையைப்போல
நாட்களை நகர்த்த முற்பட்டாலும்
உதிரும் இறகொன்று அவ்வப்போது
பழைய எச்சங்களின்
படிமங்களில் உரசித்தான்
கடக்கிறது.
♡ • ♡ • ♡

இப்போதெல்லாம் நான்
தவறவிடுவதேயில்லை
இழந்த என்னை முழுவதுமாய்
மீட்டெடுக்கும் பாடலாக இருந்தாலும் சரி
புத்தகமாக இருந்தாலும் சரி
ஒரு கவிதையாக இருந்தாலும் சரி
ஒரு கதையாக இருந்தாலும் சரி
பிரியமாக இருந்தாலும் சரி
நிசப்த வெற்றிடமாக இருந்தாலும் சரி
பிரியப்பட்டவர்களின் அன்பாக இருந்தாலும் சரி
குறையாக தென்பட்டாலும்
நிறைவாகவே ஏற்றுக்கொள்கிறேன்.

♡ ▪ ♡ ▪ ♡

"இதுகூட இல்லாம
எத்தன பேர் இருக்காங்க?"
என்ற பழகிப்போன கசப்பான
உண்மையை ஏற்றுக்கொள்வதை விட
ஆகையால் இதை நீ செய்தாகவேண்டும்
என வலுக்கட்டாயமாக திணிப்பது தான்
பெருங்கொடுமையாய் இருக்கிறது.

♡ ∎ ♡ ∎ ♡

இறக்கைகள் முளைத்த நேசம் என்ன செய்யும்?
பெரிதாக ஒன்றும் இல்லை
எவ்வித இடையூறுமற்ற
பெருத்த வானில் பறந்து திரிய
அகன்ற சிறகுகளை பரிசளிக்கும்,
விந்தையூட்டும் வண்ணம்
வித வித வடிவங்களில்
உருமாறும் மேகங்களை
உறவுகளாய் அறிமுகப்படுத்தும்;
துன்ப காலங்களில்
தன் கனத்த இறக்கைகளுக்குள்
புதைத்து இதம்கொடுக்கும்,
வாதக்கேள்விகளற்று
செல்ல விரும்பும் இடங்களுக்கெல்லாம்
வலசை வரைபடம் கிறுக்கித்தரும்,
தூரதேசங்களுக்கோ, மலைப்பிரதேசங்களுக்கோ,
வனாந்திரங்களுக்கோ, தனித்தீவுகளுக்கோ
மனிதக்காலடிப்படா இடங்களுக்கோ
செல்ல ஒரு உந்துதல்
அளிக்கும்,
சிறகு உதிர்ந்தாலும், முறிந்தாலும்
கடக்கத் தொலைவு இன்னும்
குறைவு தான் என்று
ஆறுதலாய் தேற்றி வழிகாட்டும்,
மொத்தத்தில்
தடுத்து நிறுத்தும் கம்பிகளை அறுத்து
இறகுகளிடமிருந்து
கூண்டிற்கு சுதந்திரம் வாங்கிக்கொடுக்கும்.

♡ ▪ ♡ ▪ ♡

ஒரு கணமேனும் அல்லது ஓர் நாளேனும்
வாழ்ந்திட வேண்டும் தான்
கல்லறை விரிசலில் துளிர்க்கும்
சிறு தளிராக,
குழந்தையின் கையிலிருந்து
நழுவிப் பறக்கும் பலூனாக!
தும்பியின் சிறகோடு
ஒட்டிப்பறக்கும் ஒற்றைப் பனித்துளியாக
மலர்களில் தேனருந்த அமரும்
வண்ணத்துப்பூச்சியினம்
தாங்கிச்செல்லும் மகரந்த துளாக,
மரணத்தின் இறுதி நாட்களை
எண்ணிக்கொண்டிருக்கும்
மானிடனின் வாழ்நாளை ஓரிரு நாள்
ஒத்திப்போடும் நீர் ஆகாரத்தின்
சில மிடறு துளியாக!
நினைத்தாவது
ஒரு கணமேனும் அல்லது ஓர் நாளேனும்
வாழ்ந்திட வேண்டும்
இவ்வாழ்வை.
♡ ▪ ♡ ▪ ♡

*ப*ரந்து விரிந்த
இப்பிரபஞ்சத்தைப் போல
எல்லையற்ற விரிவானின்
பிரம்மாண்டத்தைப்போல
உனதன்பை பாவிக்கும்
உறவொன்று கிடைத்தால்
ஒன்று செய்!
சுட்டெரிக்கும் பரிதியைப் போல்
குளிரும் திங்களைப்போல்
ஒளிர்ந்து உடன் பயணித்து
உறவாடு.

♡ • ♡ • ♡

வான்மகள்

இரவு நேர மின்வெட்டில்
முணுமுணுக்கும் மானுடர்
கண்களுக்கு அகப்படுவதே இல்லை
பிரபஞ்சத்தின் வைர ஆபரணமென
மின்னும் சந்திரனும், விண்மீன் குவியல்களும்.
♡ ∙ ♡ ∙ ♡

உதிர்வதென்றால் கிளைகளுக்குள்
அகப்படாத
இலையைப்போல உதிரவேண்டும்.
வீழ்வதென்றால் சருகைப்போல
பிடியின்றி வீழ வேண்டும்..
மீள்வதென்றால் பறவையின் பறத்தலில்
வேகமெடுத்துப் படபடக்கும்
இறக்கையினைப்போல மீள வேண்டும்..
வாழ்வதென்றால்
கார்காலமொன்றில் துளிர்விடும்
காளானைப் போல வாழ வேண்டும்.
மடிவதென்றால்
சித்ரவதைகளுக்குள் உட்படாமல்
மின்னலின் ஒளியைப்போல பட்டென்று
மடியவேண்டும்.

♡ ▪ ♡ ▪ ♡

காற்றில் வீழும் சருகைப்போல
இலகுவாய் நடந்து
கை வீசியிருக்கிறாயா?
தெறித்து, சிதறுமிடம் தெரியாமல்
லாவகமாய் ஓடும் மழைநீரைப்போல
மகிழ்ந்து ஓடியிருக்கிறாயா?
காற்றில் தவழ்ந்திறங்கும்
இறகைப்போல
எவ்வித அச்சமுமின்றி
அடியெடுத்து நகர்ந்திருக்கிறாயா?
காண்பவர் கண் கவரும்
வாசனையற்ற காகிதப்பூவாய்
எந்த கள்ளமும் அன்றி
எவர் மனதையேனும் கவர்ந்திருக்கிறாயா?
வண்ணங்களை ஏந்திப்பறக்கும்
வண்ணத்துப்பூச்சியாய் கவலைகள் மறந்து
சிறகடித்திருக்கிறாயா?
யாரிடமும் கடன் பெறாமல் சுயமாய் ஒளிரும்
மின்மினியைப்போல யாரின்
வாழ்விற்காவது
ஒளி ஊட்டியிருக்கிறாயா?
பலன் அளித்து பாரம் தாங்கி நிற்கும்
அடிவேராய் யாரின்
கைகளையாவது பற்றி
நம்பிக்கை கொடுத்திருக்கிறாயா?
கடினம் தான்
கவிதைகளுக்கு மட்டுமே சாத்தியம்
என்கிறவர்கள் பாக்கியசாலிகள்!

♡ ▪ ♡ ▪ ♡

இப்படியாகத்தான் வாழ விருப்பம்!
வெடித்துச்சிரிக்கும்
தாழைமடலின் கமழும் மணமாக..
காற்றும், வெளிச்சமும் கூட
நுழையா அறையில்
சன்னமாய் நுழையும் சிறு ஒளியாக..
அவ்வப்போது வெம்மை தணிக்கும் மர
நிழலாக..
காலத்தினால் கைவிடப்பட்ட மனிதர்களின்
உணர்வுமிகுந்த கண்ணீர்த்துளியாக..
அவ்வளவு எளிதில் யார் கண்களுக்கும் அகப்படாத
குறுங்காளான் குடையாக..
விரிவானையே கடந்து வலம் வரும்
இலேசான பறவையின் இறகாக..
ஆகாய நீர்த்துளிகளை வாஞ்சையோடு
உள்வாங்கிக்கொள்ளும் சிறு மணல் துகள்களாக..
ஏந்திய மழைநீரோடு வீழும் இலையாக..
தேனருந்தி துள்ளும் வண்ணத்துப்பூச்சியின்
அரிதார சிறகுகளாக...
என்றோ ஒரு நாள் எதிர்பாரா கணத்தில்
தோன்றி மறையும் வானவில்லாக...
தனிமை சூழ்ந்த பின்னிரவின் சிறு துயிலாக...
தகித்துக்கிடக்கும் பெரும்பாலையின் மழைத்துறலாக...
நதியோர நாணலாக,
கடற்கரையோர காலடிச்சுவடாக...
பசித்த குடலுக்கு உணவாக,
தாகத்தால் ஏங்கி உருகும் உயிருக்கு நீராக...
ரசித்து ருசித்து அருந்தும் குளம்பியின்
கடைசி துளியாக...
தூக்கம் தடைபட்ட இரவின்
மிச்சமான கனவாக...
தாபத்தில் தவித்துக்கிடக்கும் யாக்கைக்கு
ஆலிங்கனமாக...
தொடங்கிய எழுத்தின் முடிவறியா கவிதையாக...
இப்படியாகத்தான் வாழ்ந்து மடிய வேண்டும்...

♡ ▪ ♡ ▪ ♡

கொஞ்சம் கோபத்தைக் குறைத்திருக்கலாம்,
சற்றே நிதானித்திருக்கலாம்
இன்னும் சுதாரித்திருக்கலாம்,
பொறுமையுடன் நடந்திருக்கலாம்,
ஏதேனும் கேட்டிருக்கலாம்
எவையேனும் பேசித்தொலைத்திருக்கலாம்!
அதிகமாய் அன்பைப் பொழிந்திருக்கலாம்,
அன்றே மன்னிப்புக் கேட்டிருக்கலாம் ,
தவறை உணர்ந்திருக்கலாம்!
கை மீறி போகாமலிருந்திருக்கலாம்,
நம் பிடி இறுக்கமாக இருந்திருக்கலாம்,
சற்றே கூடுதலாக நேரம் ஒதுக்கியிருக்கலாம்,
அத்தனை இருப்புகளும்
நிகழ்ந்து முடிந்த பின்னரே
உணர்த்தப்படுகிறதென்றாலும்
இருக்கும்பொழுது அதன் மதிப்பை
உணராமல் இருந்ததால் தான்
நிகழ்ந்ததென்று ஒருபொழுதும்
யாரும் உணர்வதே இல்லை..
இழந்த பின் வருந்தி என்ன பயன்
எனும் பட்சத்தில் உடனிருக்கும்பொழுதாவது
அதன் இருப்பையும், இதத்தையும்
கொண்டாடுவதைத் தவிர
வேறென்ன செய்ய முடியும்
நம்மால்?

♡ ▪ ♡ ▪ ♡

நிர்வாணத்தை மறைக்கும்
உடைகளினால் மட்டுமே
வேறுபட்டுள்ளோம் தவிர
உள்ளே அழுகி துர்மணம் வீசிக்கிடக்கும்
தசை பிண்டத்தாலும் அஃறிணை
உள்ளத்தாலும் அனைவரும் சமமே.

♡ ▪ ♡ ▪ ♡

இருக்கும் இடத்தில்
நிம்மதியில்லை எனில்
நிம்மதியை எங்கு
தேடியலைவது?
எங்கு தேடினும் கிடைக்காதென்று
அறிந்த அடுத்த நொடி
என் மனம் நாடும்
சிறு பற்றுதல் இருப்பதெல்லாம்
இதில் தானே!
ஆம்!
எனக்கான துளி நிம்மதியும்
ஆறுதலும் ஒரு மிடறில் கலந்துள்ளது
அதுவும் இக்கோப்பையில் உள்ளது.
குளம்பி...!

♡ ▪ ♡ ▪ ♡

வெறித்த விழிகளில்
களைத்து நோக்கி
காலம் தாழ்த்தாதீர்கள்
வெடித்து சிதறி கதறி அழ முடிந்தால்
அழுது தீருங்கள்
மதி மறந்து சிரிக்க முடிந்தால்
பலமாக சிரித்து மகிழுங்கள்
மண்டியிட்டு எவரேனும் மன்னிப்புக் கேட்டால்
அக்கணமே அவருக்கு தீர்ப்பெழுதுங்கள்
ஏனென்றால்
காலம் ஒரு விசித்திர காலன்
அது இறந்து தவிக்கும் சருகை அல்ல
மகிழ்ந்து இதழ் விரித்திருக்கும்
மலரைத்தான் முதலில் வீழ்த்தும்.

♡ ▪ ♡ ▪ ♡

கவிதையென்றால்
என்னவென்றே எனக்குத் தெரியாது..
கவிதை எப்படி எழுதுவதென்று கூடத்தெரியாது..
கவிதையென்றால் இப்படித்தான்
இருக்கவேண்டுமென்ற நெறிமுறைகள் பற்றியும்
தெரியாது..
வெளிப்படுத்தமுடியா ஆதங்கத்தை,
அடக்கமுடியாத கோபத்தை,
சொல்லமுடியாத உணர்வுகளை,
தாங்கிகொள்ள முடியாத வலியை,
அடக்கிவைக்க முடியாத அழுகையை,
விடாமல் தொடரும் துயரை,
பாடாய்ப்படுத்தும் துன்பத்தை,
இருளென அப்பிக்கிடக்கும் சோகத்தை,
விட்டு விட்டு ஒளிரும் சந்தோஷத்தை,
எவரிடத்திலும் எளிதாய் நிகழும் துரோகத்தை,
எதிர்பாராமல் நிகழும் ஏதோவொரு நிகழ்வை,
என்னை இயக்கும் இயற்கையின்
அழகை வர்ணிக்க குவிந்த சொற்களை,
யாரிடமாவது சொல்லத்துடிக்கும் வார்த்தைகளை,
எவரிடத்திலும் வெளிக்காட்ட முடியாத சொல்லை,
பயமுறுத்தும் காலத்திடமிருந்து
தப்பிக்க எடுத்த ஓட்டத்தை
என ஒட்டுமொத்த மன உணர்ச்சிகளை
கொட்ட கிடைத்த
இடம் இதுவென்று கிறுக்கிய
உணர்வு வெளிப்பாட்டை
நீங்கள் கவிதை தான் என்று
அங்கீகரித்து கொண்டாடும் வரை
கவிதையென்றால்
என்னவென்றே எனக்குத் தெரியாது...!

♡ • ♡ • ♡

முறிந்துபோன
சிறகிற்காகவெல்லாம்
வருந்திக்கொண்டிருக்க வேண்டும்
என்கிற கொள்கையை
பறவைக்கு யாரும் கற்றுத்தரவில்லை,
அதன் இருப்பு எப்போதும் நிகழ்காலத்தில்
மட்டுமே!

♡ ∙ ♡ ∙ ♡

மிக அவசியமாய் ஓர்
இடைவெளி தேவை
மிக அத்யாவசியமாய்
ஒரு விலகல் தேவை
மிக இலகுவாய்
ஒரு ஆசுவாசம் தேவை
சர்வ நிச்சயமாய்
ஒரு வெற்றிடம் தேவை
வேறு எதற்கு?
கடக்க, ரசிக்க, மறக்க
களிக்க, சிரிக்க, நடக்க
பறக்க என இன்னும்
எவ்வெவற்றுக்கெல்லாமோ.
♡ ▪ ♡ ▪ ♡

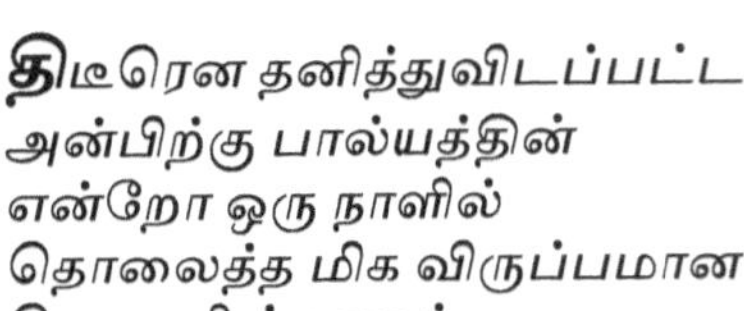

திடீரென தனித்துவிடப்பட்ட
அன்பிற்கு பால்யத்தின்
என்றோ ஒரு நாளில்
தொலைத்த மிக விருப்பமான
பொருளின் சாயல்..

கடந்து செல்லும் காலத்தோடு
கரம்பற்றி நடைபழக
எத்தனிக்கும் பொழுதினில்,
தோயும் துயரக்குரலின் ஈரம்
வற்றிய பின்பும் தீராது
தொடங்கும் தேடுதலின்
முடிவில் மிஞ்சிய
சிறு "பற்றுதலுக்கு"
'ஆளற்ற தனித்தீவில்
தவித்துக்கிடக்கும் மானுடனுக்கு
'கடல்' இருக்கும் 'பேராறுதல்'

பட்டென்று அறுபட்டு அந்தரத்தில்
ஊசலாடும் பட்டத்தின் கயிற்றிற்கு கிடைத்த
ஒற்றை மரக்கிளையின் 'பேராறுதல்'

யாரும் புழங்காத அறையினுள்
தேங்கிக்கிடக்கும் அடர்
இருளிற்கு கிடைத்த சிறு
ஒளியின் 'பேராறுதல்'

பாலையின் பிளவுகளில்
துளிர்க்கும் சிறு விதையின்
வேருக்கு கிடைத்த நீரின்
'பேராறுதல்'

நீள் துயில் வேண்டி
இறைஞ்சி கிடக்கும் சவத்திற்கு
திடீரென்று கிடைத்த "உயிரின்"
கொண்டாட்டம்!

தனித்துவிடப்பட்ட அன்பிற்கான
கதறல்கள் தான் மீண்டும் மீண்டும்
ஒலிக்கிறதே தவிர

அவ்வப்போது கிடைக்கும் சிறு
ஆறுதலுக்கான பற்றுதல்கள்
கொண்டாடப்படுவதோ,
கண்டுகொள்ளப்படுவதோ இல்லை.

♡ ▪ ♡ ▪ ♡

முழுமையாக
திருத்தியமைக்கப்பட்ட
புத்தகமாக வாழ்வதில் என்ன
சுவாரஸ்யம் இருக்கப்போகிறது?
அவ்வப்போது எழுத்துப்பிழை
நிறைந்த பக்கங்களின்
பிழையை திருத்தி
மாற்றியமைக்கும் அழிப்பானாகவோ,
ஆசிரியராகவோ மாறிப்போவதில் தானே
வாழ்வே அடங்கியுள்ளது.

♡ ▪ ♡ ▪ ♡

அன்பென்றால்
என்னவென்று நினைக்கிறீர்கள்?
ஓர் உயிருக்கான தேடலா?
ஓர் உணர்வுக்கான தேடலா?
இல்லை ஓர் உடலுக்கான தேடலா?
இவையெதிலும் அடங்கா ஒரு மனப்பிறழ்வு.
அன்பின் முழுமையை
எப்படி தான் அறிவது?
அன்பிற்கென தனி வரைமுறை
வைக்கிறீர்கள் என்பதே பெரும் அபத்தம்!
உன்னை என் உடைமையாக்கிக்கொள்கிறேன்
என்பதிலோ,
உறுதியாக உன்னையே
பற்றிக்கொண்டிருக்கிறேன் என்பதிலோ, இல்லை
உறுதியளித்த எவையும் அதன் இருப்பை
முழுமையாக அளிக்கப்போவதுமில்லை.
எவையும் இங்கு நம்
உடைமையாக்கப்படுவதுமில்லை
எங்கு நாம் நாமாக இருக்கிறோம் என்ற
பெருஞ்சுதந்திரத்தின் இதத்தை உணர்கிறோமோ!
எங்கு இழந்த நம்மை மீட்டெடுக்க
சிறு பிடி கிடைக்கிறதோ,
உண்மையில் அதுதான்
ஒரு அன்பின் முழுமை.

♡ · ♡ · ♡

வெறுத்து ஓட முடியாது
ஆழ மூழ்கி அர்த்தந்தேட முடியாது,
ஓயாது அலையடித்துக் கொண்டிருக்கும்
மனக்கடலை
வெறுமனே வேடிக்கைப் பார்த்துக்கொண்டு
வாழ்க்கைப்படகில்
பயணித்து கரை சேர்வதுதான்
விதி.

♡ ▪ ♡ ▪ ♡

அதனதன் போக்கில் அவையவை
வளர்வதுதான் சுதந்திரம்
என்ற வெற்று சொல்லோடு
வெட்டி வீச தயார் நிலையில்
கூர்தீட்டப்பட்ட கோடாரி.

♡ • ♡ • ♡

ஒரு படைப்பின்
முழுமையை இப்படித்தான் கொடுக்க
வேண்டுமென்று நினைத்து தான்
எழுதுகிறேன்...
எப்படி?
எப்போதும் நமக்கு கிடைக்க கொடுத்து வைக்காத
நேசமானவர்களின்
தேங்கிப்போன
அன்பின் சொல்ல முடியா
தவிப்பின் உச்சமாக
இருக்கவேண்டும் என்றே.
♡ · ♡ · ♡

இளமை துள்ளும் இலை
முதுமையில் உதிர்ந்த சருகு
மலர்ந்து சிரிக்கும் மலர்
என் உருவம் கண்டு பறந்த பறவை
என அனைத்தையும் சுமந்து நின்ற
அவ்வொற்றை மரத்தடி நிழலில் தான்
ஒளி நிறைந்த சொற்களை
காகிதத்தில் திரட்டிக் காத்திருக்கிறேன்
இவ்வழியே என்னைக் கடந்து செல்லும்
காற்று வெகுதூரம் கடத்திச் செல்லும்
என்ற ஒற்றை நம்பிக்கையில்.

♡ ▪ ♡ ▪ ♡

எத்தனையோ
வாக்குறுதிகளை சுமந்து
ஊதிப் பெருத்திருக்கும்
இப்பிரபஞ்சத்திற்கு
இது ஒன்றும் புதிதல்ல.
கோளவெளியாக இருப்பதால்
என்னவோ அத்தனையும் வெளியேற
வழியற்று வக்கிர வன்டத்தோடு
ஆயுதமேந்தி சுற்றி அலைகிறது.
சமத்துவம் சிதைந்து
சிறையின் வாசமேற்க
சாதி, மதமென்ற மமதைகளோ
நிராயுதபாணியாய் வீறு நடைபோடுகிறது.

♡ · ♡ · ♡

மறந்தோ மறவாமலோ
என் அறைக் கதவுகள் திறக்கப்பட்டிருப்பின்
அத்துமீறி யாரும்
உள்ளே நுழைந்திட முற்பட
வேண்டாமென்று கேட்டுக்கொள்கிறேன்,
ஏனென்றால் சிறகு முளைத்த புத்தகங்களோடு,
உயிரோடு உலவும் ஓவியத்தோடு,
காற்றில் படபடக்கும் திரைச்சீலையோடு,
என் உணர்வுகளை மதித்து நான்
சொல்வதையெல்லாம்
கிறுக்கிக்கொண்டிருக்கும்
மை சிந்தும் எழுதுகோல்,
கரிக்கோல் மற்றும் காகிதத்தோடு,
அலை அலையாய் என்னை சூழ்ந்து
உயிர் நிரப்பும் இசையோடு நான்
கதையாடிக்கொண்டிருப்பேன்;
என் தனித்துவமான
உலகில் கற்பனைக்குள்
அடங்காது சிதறிக்கிடக்கும் என்
அத்தனை பொக்கிஷங்களும்
உங்கள் மனக்கண் முன் குப்பைகளாகவும்,
வெறும் காகிதமாகவும் மட்டுமே
விரிந்திருக்கக்கூடும் எனவே தான் கூறுகிறேன்
சாளர கதவுகளின் வழிகூட
என்னை மறைமுகமாக எட்டிப்பார்க்க முற்படாதீர்.
எனக்கான பிரபஞ்சம் தனித்துவமானது.

♡ ∙ ♡ ∙ ♡

கிடைக்காத ஒன்றை கேட்டழுவது தானே
குழந்தைகளின் பிடித்த பிடிவாத குணம்.
எவ்வி வீரிட்டழும் அதன் அழுகையை
நிறுத்த தோளில் இட்டு தேற்றியும்
தேம்பல் குறையயவில்லை..
காற்றடைத்த பலூனை கையில்
கொடுத்தும் பலனில்லை..
விருப்பமான விளையாட்டு பொம்மைகளாலும்
நீடிக்கவில்லை..
ருசித்து தின்னும் குச்சிமிட்டாயின்
ருசிக்கும் தொடர் பலனில்லை..
இனி எதுவுமே செய்யமுடியாதென்னும் பட்சத்தில்
சமாளிக்க இருக்கும் வழி
கேட்பதை உடனளிப்பதைத் தவிர
வேறொன்றும் இல்லை..
அக்குழந்தையின் அழுகுரல் போல் தான்
இம்மனித மனமும்
தேற்ற எவையுமில்லை எனும்பொழுது
எழுதி தீர்த்துவிட்டால் தான்
அதன் ஆழ் மனம்
அமைதியடைகிறது!
கேட்பதை இங்கு உடனளிப்பதாய்
ஒரு கவிதையின் திருப்தி
போதும் எனக்கு.

♡ • ♡ • ♡

தொலைவிலிருந்து ரசிப்பவனுக்கே
அழகும், பிரம்மாண்டமும்
ஆழமறிந்தவனுக்கும்
அதனுடனே
பயணிப்பவனுக்கும் தான்
சலிப்பும், சங்கடங்களும்.

♡ ∎ ♡ ∎ ♡

என் காதல் எல்லையற்ற
ஆகாச பெருவெளியின்
சுதந்திர காதல்.
என் காதல் பறவையின் செட்டைகளை
பரிசாக பகிர்ந்து கொள்ளத் துடிக்கும் காதல்.
என் காதல் சுயத்தை மாற்றாத
சுகந்த காதல்.
என் காதல் துகில் இழந்த
நிர்வாணத்தின் பரிசுத்த காதல்.
என் காதல் இருண்ட வானின்
தொலைவில் மின்னும் விண்மீனின்
பளீரென்ற ஒளி, யாரும் கலைக்க முடியாத
முகில்களின் வெண்பொதித் திரள்,
ஆழம் அளந்திட முடியா ஆழியின்
ஆழம், அவ்வளவு எளிதில்
கடந்துபோக முடியாத
கானகத்தின் பெருஞ்சோலை,
பூத்துக்குலுங்கும் பூக்களின் நெடி,
வண்ணத்துப்பூச்சியின் மென்சிறகு,
மொத்தத்தில் என் காதல்
சுய இயல்பை மாற்றிட
எண்ணமில்லாத
எளிமையான காதல்.

♡ ▪ ♡ ▪ ♡

ஒரு சிறு மழைத்துறலால்
என்ன செய்ய இயலும்?
பெரிதாக ஒன்றுமில்லை
யாரும் புழங்காத பேருந்து நிறுத்த
நிழற்குடையின் கீழ்
உயிர்களை ஒன்றிணைக்க இயலும்.

♡ ▪ ♡ ▪ ♡

கவிதை என்கிறீர்கள்
கற்பனை என்கிறீர்கள்
உணர்வுக் குவியலின்
வெளிப்பாடு என்கிறீர்கள்
அடியாழ மனதின் ஓசை என்கிறீர்கள்
திகட்டா ஆசையின் பிம்பம் என்கிறீர்கள்
வெளிப்படுத்த முடியா ஏதோவொன்றின்
சாயல் என்கிறீர்கள்
உண்மையில் எனக்கு அப்படி ஒன்றும்
தெரியவில்லை
இப்படியாக எழுதிக்கொண்டிருப்பதைத் தவிர.
♡ ▪ ♡ ▪ ♡

எவரிடமும் அடையாளம் காண
முடியாத ஏதோ ஒன்றின் எதிர் பிம்பத்தை
என்னிடம் காண முடிகிறதா?

என்னிடமிருக்கும் சொற்ப ஓவியங்களுக்குள்
ஏதேனும் ஒரு வேற்றுமையை
தெரிந்துகொள்ள முடிகிறதா?

எப்போதும் துயரத்தையே தூக்கி சுமக்கும்
எனதெழுத்துக்களின் மீது
எதாவது ஈர்ப்பு பிறக்கிறதா?

கவர்ச்சியே இல்லாத
இந்த அடர் கருமையின் மேலுள்ள
மோகத்தைப் புரிந்துகொள்ள முடிகிறதா?

கேட்பாரற்றுக் கிடக்கும் என் படைப்புகளின்
பின்புலத்திற்கான காரணத்தை
அறிந்துகொள்ள முடிகிறதா?

அடியாழத்திலிருந்து
நான் கதறிக்கொண்டிருக்கும்
ஓலத்தை கேட்க முடிகிறதா?

எவரிடமும் சொல்ல முடியாதளவு
எனக்குள் நானே புழுங்கிக்கொண்டிருக்கும்
சோக கீதத்தை என் உதடுகள் முணுமுணுப்பது
உன் காதுகளுக்கு மட்டும் கேட்கிறதா?

துகிலணிந்து நடமாடும்
மனிதத்தின் மத்தியில் துகிலிழந்த
என் தேகத்தின் துர் மணம்
உன் நாசிகளைத் துளைக்கிறதா?

இன்பத்தின் சுனை அருந்த முற்படாது
என் துன்பத்தின்
ஒரு பகுதி சுவைக்க ஆவலாக இருக்கிறதா?

வான்மகள்

உண்மையில் நான் தேடிக்கொண்டிருக்கும்
என் மறுபாதி நீ தான்!
வா!
விரைவில் வந்து
என் கரங்களை இறுகப் பற்றிக்கொள்!

இனி நீ என்னுடன் இணைந்து
நெடுந்தொலைவு பயணப்படத் தகுதியானவன்!
• ♡ • ♡ • ♡ •

*சட்*டென்று கண்களுக்கு புலப்படுவது
வெறும் குருதிக் கறை மட்டும் தான்
மாதம் மாதம் வழிந்தோடும்
உதிரத்துளிகளை மறைமுகமாக
உள்வாங்கிக்கொள்ளும்
அணையாடை மட்டுமே அறியும்
உதிரக்கவிச்சியை தாண்டி
அவள் மீது ஏவப்படும் சகித்துக்கொள்ள
முடியா வஞ்சிப்புகளை.

♡ • ♡ • ♡

வண்ணம் குழைக்கப்பட்ட
தூரிகையிலிருந்து சட்டென்று
தெறித்து சிதறும்
ஒரு துளியைப்போல்
அலங்கோலமாய் மனதில் மிதக்கும்
எழுத்துக்களை விரைவில்
இணைத்தாக வேண்டும்
வார்த்தைகளாய்!
இப்போதெல்லாம் எழுதுவதற்கு
ஒரு காரணமே
தேவையில்லாமல் போயிற்று
எதற்காக வேண்டும்
இக்காரணமெல்லாம்?
இழைக்கப்பட்ட பழிக்காகவா?
சொல்லமுடியா உணர்விற்காகவா?
உருவமில்லா ஒரு உறவுக்காகவா?
உண்மையென்ற கசப்பிற்காகவா?
பொய்யென்ற இனிப்புக்காகவா?
பாசாங்காய் புகழும் பிறர் நாவுக்காகவா?
புரிதலற்ற பந்தத்திற்காகவா?
எண்ணிலடங்கா விருப்பங்களுக்காகவா?

கடந்து வந்த பின் கிடைத்த
அனுபவத்திற்காகவா?
விம்மமுடியா அழுகைக்காகவா?
அடக்கமுடியா கோபத்திற்காகவா?
ஆயிரமாயிரமாய் அலைபாயும்
இந்த பாழும் மனதிற்காகவா?

உரிமையென கொண்டாடும்
உயிருள்ள, உயிரற்ற பொருளுக்காகவா?
நீண்டுகொண்டே செல்லுமிந்த

வரைமுறைகளுக்குள்
இருக்கவே கூடாதென
நான் தேடும்
ஒற்றைக் காரணத்திற்காகத்தான்
எழுதியே தீரவேண்டுமென்று
எழுதுகிறேன்.

♡ ▪ ♡ ▪ ♡

பெரும் இடிபாடுகளுக்கும்
நெரிசல்களுக்கும் மத்தியில் ஒரு
ஓரமாய் கிடைத்த
ஒற்றை இருக்கையில்
அமர்ந்து பார்வையை அலையயவிட்ட
நேரமதில் நடத்துனர்
ஓட்டுனர் தவிர
மற்ற மனித தலைகள் ஒரு சேர
அலைபேசியில் எதை எதையோ
மேய்ந்துகொண்டிருப்பதை
நோட்டமிட்ட பின் நான் கண்டதென்னவோ
சுயமிழப்பையும், இயந்திரத்தன்மையையும்,
உணர்வின்மையையும் தான்.

♡ ▪ ♡ ▪ ♡

அடிமையென்று எனக்கு
சூட்டிய பெயரை
அடியோடு பிடிங்கிட கூறினேன்
அகம்பாவம் பிடித்தவள்
என்றார்கள்!

பிடித்தகாரியங்களில்
என்னை ஈடுபடுத்திக்கொண்டேன்
அடங்காப்பிடாரி என்றார்கள்,

செய்யாத தவறிற்காய்
எதற்கு மன்னிப்பு கேட்கவேண்டும் என்றேன்
திமிர்பிடித்தவள் என்றார்கள்

தவறே செய்யாதிருக்கும்போது
திட்டிடும் வார்த்தைகளுக்காய்
பணிந்து
கேள்விகள் கேட்டேன்
பிடிவாதக்காரி என்றார்கள்,

ஒன்றுமே பேசாமல்
அமைதி காத்தேன்
கல்நெஞ்சக்காரி என்றார்கள்,

இசையிலும், ஓவியத்திலும்
புத்தகத்திலும் கைகோர்த்தேன்
பைத்தியகாரி என்றார்கள்,
கவிதை கிறுக்கினேன்
கிறுக்கி என்றார்கள்

பொறுக்கமுடியாமல்
எதிர்த்துபேச விழைந்தேன்
வாயாடி என்றார்கள்,

அன்பால் அனைவரையும்
கவர எண்ணினேன்
ஆணவத்தில் ஆடுகிறாள் என்றார்கள்,

வான்மகள்

எதையும் பொருட்படுத்தாது
அமைதி காத்தேன்
ஊமை, கோழை என்றார்கள்

இன்னும் எத்தனை
பெயர்கள் எனக்கு??

♡ ▪ ♡ ▪ ♡

ஒரு சிறு மழைத்துறலால்
என்ன செய்ய இயலும்?
பெரிதாக ஒன்றும் இல்லை
கள்ளமில்லா குழந்தையின்
நெஞ்சம் மகிழ
காகிதக்கப்பல் பயணிப்பதற்கு
ஏதுவாய் சிறு ஓடையை
உருவாக்க இயலும்.

♡ ▪ ♡ ▪ ♡

இரத்தச்சகதியில் கதறி அழுத
பிண்டத்தின் குறி பார்த்து
பாலினம் கண்டறிந்த பின்
துவங்கிய அவலம்
பருவமெய்தல் மாதவிடாய்
கவர்ச்சி உடல்
பெருத்த முலை
அகண்ட பிட்டம்
கொழுத்த இடை
பருத்த தேகம்
காமசரீரம், கழுத்து முடிச்சு,
கன்னித்திரை
கர்ப்ப நிலை
கருத்தடை சாதனம்
இறுதியில் காலாவதி பொருளாக
முத்திரை அளித்து முடிவடைகிறது.
♡ • ♡ • ♡

வெப்பம் தாங்கவியலா கலன் இது!
கொதித்து ஆவியென பறக்கும்
வார்த்தைகளை தக்கவைத்துக் கொள்ள
முடியாமல் அடித்துப்பிடித்தாவது
நீராவியைப்போல
மேலெழுப்ப வேண்டியதாய் இருக்கிறது.

சுடச்சுட அருந்தும்
குளம்பிக்கே சுவை அதிகமாமே!
இடைநிறுத்தாமல் அருந்தி தீர்க்கிறேன்.
அடி மிடறில் இறங்க இறங்க
ஆறிப்போய்விடும் போல் உள்ளது
அதற்குள் எழுதிமுடித்தாக வேண்டும்.
எனக்கு குளம்பியும் கவியும்
ஒரே சுவை! ஒற்றை நிம்மதி!

♡ ∙ ♡ ∙ ♡

எங்கெங்கிருந்தெல்லாம்
பறந்து வரும் பறவைகளுக்கு
அதன் சிறகுகள் என்றும் பாரமாகவே
இருப்பதில்லையே ஏன்?

தன்போக்கில் பறந்து திரிய
கொடுக்கப்பட்டிருக்கும்
இந்த பெருத்த வானம்
அதற்கு வீடுமல்ல, சிறையுமல்ல
என்பதே எத்தனை பெரிய வரம்!

அதனால் என்னவோ;
பறத்தலின் ஆனந்தத்தை
அதனால் கட்டுப்படுத்த முடியவில்லையாம்!
உடல் சுமந்து
செல்லும் அதன் சிறகுகளின் மேல்
கொண்டிருக்கும் நம்பிக்கைக்குத்தான்
அப்படி ஒரு துடிப்பும், பரவசமுமாம்!

எக்கணமும் விண்ணில் பறந்து
திரிய அளிக்கப்பட்டுள்ள விடுதலையை
கொண்டாடத்தான் அகன்ற

சிறகுகளும் முளைத்திருக்கிறது போல்!
தன்போக்கில் நகர்ந்து செல்ல
தயார் நிலையில் காத்திருக்கும்
காற்றைப்போல், பறவையைப்போல்
ஓர் விடுதலை போதும்
துயரான வாழ்வும் பேரழகுதான்!

♡ • ♡ • ♡

வான்மகள்

எத்தனை முறை பார்த்தாலும்
வானம் எனக்கு சலிப்பதேயில்லை
மேகமும் கூட அப்படித்தான்
அலுத்துப்போவதேயில்லை
பறவையின் மீதும் ஈர்ப்பு குறையவில்லை
ம்ம்... புரிகிறது
அங்கெல்லாம் மனித முகத்திரையின்
சாயலே தென்படுவதில்லை.

♡ ▪ ♡ ▪ ♡

எத்தனை முறை பார்த்தாலும்
வானம் எனக்கு சலிப்பதேயில்லை
மேகமும் கூட அப்படித்தான்
அலுத்துப்போவதேயில்லை
பறவையின் மீதும் ஈர்ப்பு குறையவில்லை
ம்ம்... புரிகிறது

மை தீரத் தீரத் தீட்டினாலும்
தீராது இந்த தீப்பிழம்பான வலி!

அந்தி சாயும் வேளையோ இல்லை
அதிகாலை நேரமோ இல்லை
அடர் இருள் நேரமோ இல்லை
அதற்கெங்கே நேரத்தை குறித்து
வைக்க? அடிவயிற்றை அள்ளி
விழுங்கியபடி புரட்டி எடுக்கும்
அவ்வலிக்கேது குறித்த நேரம்?

குருதி கசிய பொங்கும்
கண்ணீர் காட்டாறை கட்டுப்படுத்தி
மடைமாற்ற,
வேறொன்றுமில்லை கைபிடி அளவு
கவிதையைத் தவிர!

பின்னிரவில் பொழியத்துவங்கிய
நீ கடலென்ற கனவுகளுடன்
கண் அயரும் நேரத்தையும்
கடத்திச் சென்று விட்டாய்.

சுருக்கென்ற வலி மூளைக்கு
சொல்லி சென்றதுமே சூட்சமம்
அறிந்தேன், இன்று நான் வெட்டி
வீசப்பட்ட மண்புழுவென்று!

சுனாமியென பொங்கும்
கோபத்தினை ஏனோ
கட்டுப்படுத்த இயலவில்லை
கரைமீறி வந்து
அழித்துவிடுகிறது அருகில்
இருப்போரை.

களைத்த விழிகளின் உறக்கத்தை
பறித்த உதிரத் துளியே
நீ உதிரும் முன் ஒன்று கூறுகிறேன்.

தொடரும் உன் துன்பத்தை
நிறுத்த வழியில்லை எனவே
அதற்கு முன் தயார்படுத்திக்கொள்கிறேன்!

நனையப்போகும் என் அணையாடையை,
அதன் கறை கண்படாமலிருக்க
கடினமான ஆடைகளை!
குடைந்தெடுக்கும் முதுகுத்தண்டு
வலியையும் நடைதளர்ந்து
பிணம்போல மாறாமலிருக்க கால்களையும்!

களைத்து சளைத்துப்போன
உடலில் இரைக்கும் பெருமூச்சின்
சப்தத்தையும் வெடித்துச்சிதறும்
அடிவயிற்று வலியையும்
தாங்கிக்கொள்ள தயார்படுத்திக்கொள்கிறேன்!

கடின பாலையில் சாபமாய்
பற்றியெறியும் பிரளயத்திலும்
கன்னங்களின் சதை விரிய
புன்னகை பூக்கள் பூக்க
தயார்படுத்திக்கொள்கிறேன்!

உடல் பாரம் ஒரு புறம்,
மனபாரம் மறுபுறம்,
வேலைப்பளு முழுதென திக்கி

திணறினாலும், விக்கும் அந்நேரத்தையும்
விட்டுவைக்கவில்லை
அம்மூன்றுநாட்களென்னும்
பெரும் சாபம்!

♡ · ♡ · ♡

பேரன்பிற்காய் ஏங்கி
சாவதென்பது
எட்ட நின்று பல் இளிக்கும்
அந்த நிலவினைத் தீண்டி விளையாட
முயல்வது போன்றது
தீண்டவும் இயலாது
தீண்டினாலும் அதன் ஸ்பரிசத்தை
முழுவதுமாக உணரவியலாது.

♡ ▪ ♡ ▪ ♡

ஆள் அரவமற்ற அறையில்
வரவேற்கும் நிலைக்கண்ணாடி
முன் அஷ்டகோணலில்
வதனத்தை மாற்றி
இதழை குவித்து விதவிதமாக
என்னை ரசித்துப் பார்ப்பதும்,
அடிவானில் பெருத்த ஒலியோடு
மிதக்கும் ஆகாய விமானத்தை
எங்கிருந்தாலும் ஓடி வந்து
அன்னாந்து வியப்பதும்!
எதிர்பாரா கணத்தில் பட்டென்று
தெறித்து விழும் சிறு ஆலங்கட்டி
துளியை நாவால் ஏந்திக்கொள்வதும்,
சடசடவென்று கொட்டித்தீர்க்கும்
மழையை சாளரத்தின் வழி கை நீட்டி
தட்டி விளையாடி சிரிப்பதும்,
அந்நியமான குழந்தைகளென்றாலும்
கன்னம் கிள்ளி கொஞ்சி தீர்ப்பதும்,
வீதியில் உலவும் விலங்குகளை எல்லாம்
வாரி அணைத்து முத்தாடுவதும்,
எங்கோ கிறீச்சிடும்
பறவையின் கானத்தை
பின்பற்றி அதே கானத்தில்
நானும் பாடுவதும் என
என் அத்தனை செய்கைகளும்
உங்கள் பார்வையில் விசித்திரமாகவும்,
மதியற்றத்தனமாகவும்
தோன்றுமெனில் இவையனைத்தும்
என் பார்வையில் பேரின்பத்தின்
பெருவெளியாகவும்,
என் சிறுபிள்ளைத்தனத்தின்
உச்சமாகவுமே காட்சியளிக்கும்

♡ • ♡ • ♡

ஏதோ ஓர் கணத்தில்
சலிப்பூட்டும் இவ்வாழ்வை நகர்த்த
அத்தனை மெனக்கெடுதல் வேண்டியதில்லை
பெருத்த வானமும்,
சில பறவைகளும்
அதன் இறகும் இருக்கும் வரை.

♡ ▪ ♡ ▪ ♡

அடர் இருளின்
முதல் வெளிச்சமாய்
நான் கேட்பதெல்லாம்
அந்நியமான இடம் ஒன்றே!
தூக்கி சுமக்கும் மன பாரத்தின்
சிறு பகுதியை அங்கே கடந்து செல்லும்
யாரோ பெயர் தெரியா
மனிதரின் புன்னகை
நிச்சயமாகத் துடைத்துப் போகும் என்பதால்
♡ ▪ ♡ ▪ ♡

அவ்வப்போது யார்யாரோ
ஆறுதல் வார்த்தைகள் கொண்டு
என் ரணங்களுக்கு
தற்காலிக மருந்திடுகிறார்கள்,
அவர்களிடம் எப்படி சொல்ல?
காயமென்ற பெயரில்
வருடக்கணக்காய் வழுப்பேறிப்போன
என் மறையாத வடுக்களை.

♡ ∙ ♡ ∙ ♡

இதற்குத்தான் என்றில்லாமல்
எவ்வெவற்றுக்கெல்லாம்
கலங்குவாய் மனமே!
நிறைவேற்றப்படாத வாக்குறுதிகளுக்காக...
தெரியாமல் இழைத்துவிட்ட தவறுக்காக...
வேண்டுமென்றே சொன்ன பொய்யிற்காக...
தெரிந்தே ஏற்றுக்கொண்ட பழிக்காக...
வழியில்லை என்ற நிலையில்
ஒப்புக்கொண்ட சத்தியத்திற்காக..
வருந்தியழுத்துடிக்கும் வார்த்தைகளுக்காக...
கட்டாயத்தின் பேரில் பகிர்ந்த சொல்லுக்காக...
கறைபடிந்த துரோகத்திற்காக..
துடைப்பார் இன்றி சிந்திய
கண்ணீர்த்துளிக்காக...
மனம் உவந்து மீண்டும் பெற்ற உறவுக்காக...
வெறுமென கிடக்கும் காதலுக்காக..
வேண்டியே பெற்ற நேசத்திற்காக..
இனி வேண்டாமென்று
வெட்டியெறிந்த அன்புக்காக..
போதுமென்று மாறிய வேற்றுப்பாதைக்காக..
எல்லாம் என்னால் தான்
நான் தான் என்று தன் மேல்
சுமத்திக்கொள்ளும் குற்றச்சாட்டுகளுக்கெல்லாம்
கலங்காதிரு மனமே!
கலங்கும் வேளையெல்லாம்
நினைவாய் ஒன்று வைத்துக்கொள்!
'ஐயா ஜெயகாந்தனின் வரிகளான'
"வாழ்க்கை என்பது
அந்தந்த நேரத்து நியாயம்"

♡ ∙ ♡ ∙ ♡

நகரும் வெறுமையான நாட்களுக்கெல்லாம்
ஒரு காரணம் சொல்லத் தெரியவில்லை!
துவட்டி எடுக்கும் இந்த கடுமையான
நாட்களை கடத்துவதற்குக் காரணம்
தேடாமலும் இருக்க முடியவில்லை!
என்னைத் தடுத்து நிறுத்திக்கொண்டிருக்கும்
இந்த நாற்புறச்சுவருக்குள் புதைந்து கிடக்கும்
கிறுக்கல்களுக்குள் என்னை சுருட்டி
வளைத்துக்கொள்கிறேன்.
கை, கால் சிதைந்த ஆதரவற்ற
பொம்மைகளை மட்டும் தான் ஆதரவாக
அணைத்துக்கொள்கிறேன்.
அழுந்தி, அழுந்தி கசிந்துருகிக்கொண்டிருக்கும்
இந்த ஆன்மாவை புதுப்பிக்க
காகித நெடியையத் தேடி விரைந்தோடுகிறேன்.
இவ்வறையின் காற்றில் கலந்திருக்கும்
இந்த அழுகிப்போன தேகத்தின் துர்மணத்தை
அகற்ற சாளரக்கதவுகளின் தயவை
நாடுகிறேன்.
ஆங்காங்கே அலங்கோலமாய்
சிதறிக்கிடக்கும் வெற்றுக்காகிதங்களின்
விரல் மடக்கி
விதவிதமான வண்ணத்துப்பூச்சிகளுக்கு
உயிர் கொடுத்துப் பறக்க விடுகிறேன்!
வாழ்வின் அத்தனை வசந்தத்தையும்
அனுபவிக்க இயலாவிடினும்
குறையொன்றும் இல்லை ஒன்றைத்தவிர
இன்னும் சில மணித்துளிகளே உள்ளது
உயிர் பிரியவென்று
தெரிந்த அந்நொடியில் துயில் கொள்ள
விழையும் விழிகள் வெறித்து
இவ்வுலகை நோக்கும் நொடியைப் போல்
ஒரு கணமேனும் இவ்வாழ்வை
ரசித்து வாழ்ந்து மடிய வேண்டும்
அவ்வளவுதான்.

♡ • ♡ • ♡

தன்னந்தனியாளாய் எத்தனை தூரம்
கடந்துவந்தாகிற்று
கிறக்கத்தில் கால்கள் தடுமாறி
விழுந்துவிடுவோமோ என்கிற
அச்சத்தில் வெற்றுக்காகிதத்தை
இறுக்கமாக பற்றிக்கொண்டதன் விளைவு
கவிதையென சொல்லிக்கொண்டு
காகிதத்தில் கூத்தாடுகிறது.

♡ ▪ ♡ ▪ ♡

இந்த உலகம் முழுக்க முழுக்க
வன்மத்தால் நிறைந்தது ஆம்
வன்மத்தால் மட்டுமல்ல கொஞ்சம்
அன்பாலும் நிறைந்தது தான்
அன்பால் மட்டுமல்ல
துரோகத்தாலும் நிறைந்தது தான்
துரோகத்தால் மட்டும் அல்ல
இரக்கத்தாலும் நிறைந்தது தான்
இரக்கத்தால் மட்டுமல்ல
சுயநலத்தாலும் நிறைந்தது தான்
வெறும் சுயநலத்தால் மட்டுமல்ல
கருணையாலும் நிறைந்தது தான்
இப்படி எல்லாமுமாகவும்
நிறைந்திருக்கும் இவ்வுலகில்
இவற்றிற்கெல்லாம் காரணமான
மனிதன் மட்டும் தான் இல்லாமல்
போகிறான்.

♡ ▪ ♡ ▪ ♡

வான்மகள்

கருப்பைக்குள்ளிருந்து அசௌகர்யமாக
பிசுபிசுத்தொழுகும்
அடர் நிறத்திரவம் அடிக்கடி
உணர்த்துகிறது!

வறுமையின் நிறம் மட்டுமல்ல
வலியின் மற்றொரு நிறம் கூட "சிவப்பென்று"

♡ • ♡ • ♡

ஆயிரம் ஆயிரம் மனிதர்களின்
கைரேகைப் பிரதிகளை
நினைவுச்சின்னங்களாக
தற்காத்து வந்த
கதையை கைகளில் வந்தவுடனேயே
பகிர்ந்துவிடுகின்றன
அழுக்குப் படிந்த ரூபாய் நோட்டுகள்.

♡ • ♡ • ♡

விரும்பப்பட்ட பறவையிடமிருந்து
பெறப்பட்ட ஒற்றை இறகிற்கு
நன்றிக்கடனாய்
நினைவுப் பரிசென்று
பெயர் வைக்கிறேன்.

♡ ▪ ♡ ▪ ♡